# SINH MÁT DETOX SÁCH NẤU ĂN

100 CÔNG THỨC ĐƠN GIẢN VÀ DỄ DÀNG

AF747895

Trai Quốc

**Tuyên bố từ chối trách nhiệm**

Thông tin trong Sách điện tử này nhằm mục đích phục vụ như một bộ sưu tập toàn diện các chiến lược đã được tác giả của Sách điện tử này khám phá. Tóm tắt, chiến lược, mẹo và thủ thuật chỉ là đề xuất của tác giả và việc đọc Sách điện tử này không đảm bảo rằng kết quả của bạn sẽ phản ánh chính xác những phát hiện của tác giả. Tác giả của sách điện tử đã thực hiện mọi nỗ lực hợp lý để cung cấp thông tin cập nhật và chính xác cho người đọc sách điện tử. Tác giả và những người đóng góp sẽ không chịu trách nhiệm về bất kỳ sai sót hoặc thiếu sót vô ý nào có thể được tìm thấy. Tài liệu trong Sách điện tử có thể chứa thông tin từ bên thứ ba. Tài liệu của Bên thứ ba chứa đựng các ý kiến do chủ sở hữu của chúng bày tỏ.

# MỤC LỤC

# GIỚI THIỆU

Sinh tố, nước trái cây và sữa lắc là những lựa chọn thay thế ít calo, nhiều chất xơ, giàu chất dinh dưỡng có thể giúp giảm cảm giác thèm ăn, tăng cường sức khỏe tiêu hóa và giúp bạn no lâu hơn.

Thật dễ dàng để bị cuốn theo và thêm các thành phần biến Smoothie của bạn thành một quả bom calo siêu ngọt, đầy đường hoặc phục vụ quá mức vì chúng rất linh hoạt và tuyệt vời. Tất cả những điều này ngụ ý rằng bạn cần biết lý do tại sao bạn lại chuẩn bị Smoothie hoặc Shake để kiểm soát thành phần và số lượng.

Hơn nữa, mặc dù sinh tố hoặc sinh tố ít calo, khi được chế biến đúng cách, có thể là một thực phẩm bổ sung tuyệt vời cho chế độ ăn kiêng giảm cân vì nó chứa nhiều vitamin, khoáng chất, chất chống oxy hóa, chất xơ và thậm chí cả protein, nhưng nó chỉ là một phần của ghép hình.

# PROTEIN LẮC VÀ MỀM MẠI

## 1. Sinh Tố Protein Berry Và Chuối

TỔNG THỜI GIAN CHUẨN BỊ: 5 PHÚT
PHỤC VỤ: 2

**THÀNH PHẦN:**

- ½ quả chuối chín
- ½ cốc quả mâm xôi đông lạnh
- ¾ cốc sữa không béo
- 2 muỗng canh bột whey protein vani
- ½ cốc quả việt quất đông lạnh
- 5 viên đá

**HƯỚNG**

a) Trong máy xay sinh tố, kết hợp mọi thứ cho đến khi mịn hoàn toàn.

**DINH DƯỠNG**

Calo 253
Chất béo 5g
Chất béo bão hòa 1g
Carbohydrate 45g
Chất xơ 9g
Đường 24g
Chất đạm 11g

## 2. Rau bina và Berry Super Shake

TỔNG THỜI GIAN CHUẨN BỊ: 5 PHÚT
PHỤC VỤ: 2

**THÀNH PHẦN:**

- 2 cốc quả mọng hỗn hợp
- 10 ounce nước
- 1/2 cốc sữa chua nguyên chất
- 1 chén rau bina
- 2 muỗng bột protein vani
- 1 muỗng canh quả óc chó
- 1 muỗng canh hạt lanh xay

**HƯỚNG**

a) Trong máy xay sinh tố, kết hợp mọi thứ cho đến khi mịn hoàn toàn.

**DINH DƯỠNG**

Lượng calo: 191 kcal
Carbohydrate: 47g
Chất đạm: 3g
Chất béo: 2g
Chất béo bão hòa: 1g
Chất xơ: 8g
Đường: 28g

3. <u>Táo và ngũ cốc lắc</u>

TỔNG THỜI GIAN CHUẨN BỊ: 5 PHÚT
PHỤC VỤ: 2

**THÀNH PHẦN:**

- 2 thìa hạnh nhân
- 10 ounce nước, sữa hoặc sữa chua
- 2 muỗng protein hương vani
- 1 chén rau chân vịt
- $\frac{1}{4}$ chén yến mạch chưa nấu chín
- 1 quả táo, bỏ lõi và cắt thành miếng vuông
- Đá khi cần thiết
- Quế, để nếm

**HƯỚNG**

a) Trong máy xay sinh tố, kết hợp mọi thứ cho đến khi mịn hoàn toàn.

**DINH DƯỠNG**

535 calo
58 g chất đạm
13 g chất béo
46 g carbohydrate
9 g chất xơ

## 4. Quả óc chó lắc anh đào

TỔNG THỜI GIAN CHUẨN BỊ: 5 PHÚT
PHỤC VỤ: 2

**THÀNH PHẦN:**

- 2 muỗng bột protein
- 2 cốc quả anh đào đen ngọt, đã bỏ hột
- 10 ounce nước, sữa hoặc sữa chua
- 1 chén rau chân vịt
- 1 muỗng canh quả óc chó
- 1 muỗng canh hạt lanh
- 1 muỗng canh cacao ngòi hoặc bột cacao đen

**HƯỚNG**

a) Trong máy xay sinh tố, kết hợp mọi thứ cho đến khi mịn hoàn toàn.

**DINH DƯỠNG**

Calo 307
Tổng chất béo 12g
Carbohydrate 48g
Chất xơ 8g
Đường 32g
Chất đạm 6g

## 5. Táo nướng và rau bina lắc

TỔNG THỜI GIAN CHUẨN BỊ: 5 PHÚT
PHỤC VỤ: 2

**THÀNH PHẦN:**

- 10 ounce nước, sữa hoặc sữa chua
- 1 muỗng canh hạnh nhân
- 2 muỗng bột protein hương vani
- 1 quả táo, bỏ lõi và cắt thành miếng vuông
- 1 chén rau chân vịt
- 1 muỗng canh hạt lanh
- 1 muỗng canh hạt vừng
- Quế để nếm
- Đá khi cần thiết

**HƯỚNG**

a) Trong máy xay sinh tố, kết hợp mọi thứ cho đến khi mịn hoàn toàn.

**DINH DƯỠNG**

Lượng calo: 146 kcal
Carbohydrate: 30g
Chất đạm: 4g
Chất béo: 3g
Chất béo bão hòa: 1g
Chất xơ: 4g
Đường: 20g

## 6. Lắc xanh nhiệt đới mạnh mẽ

TỔNG THỜI GIAN CHUẨN BỊ: 5 PHÚT
PHỤC VỤ: 2

**THÀNH PHẦN:**

- 10 ounce nước, sữa hoặc sữa chua
- 1 muỗng canh hạt lanh
- 2 muỗng bột protein
- ½ quả chuối
- 1 cốc dứa
- 1 chén rau chân vịt
- 2 thìa dừa vụn
- ½ cốc sữa chua nguyên chất

**HƯỚNG**

a) Trong máy xay sinh tố, kết hợp mọi thứ cho đến khi mịn hoàn toàn.

**DINH DƯỠNG**

Lượng calo: 246 kcal
Carbohydrate: 40g
Chất đạm: 6,4g
Chất béo: 3,1g
Chất béo bão hòa: 1,6g
Chất xơ: 5,3g
Đường: 40,8g

## 7. Củ cải và quả mọng lắc

TỔNG THỜI GIAN CHUẨN BỊ: 5 PHÚT
PHỤC VỤ: 2

**THÀNH PHẦN:**

- 1/2 cốc dâu tây
- 1/2 cốc quả anh đào đông lạnh
- 1/2 chén củ cải sống xắt nhỏ
- 1/2 cốc quả việt quất
- 8 ounce nước
- 1/2 quả chuối
- 2 muỗng canh whey protein sô cô la
- 1 muỗng canh hạt lanh xay

**HƯỚNG**

a) Trong máy xay sinh tố, kết hợp mọi thứ cho đến khi mịn hoàn toàn.

**DINH DƯỠNG**

Lượng calo mỗi khẩu phần: 181
Tổng lượng chất béo 1g
Tinh bột 43,6g
Chất xơ 8g
Đường 28g
Chất đạm 3,8g

## 8. Đôi Sôcôla Bạc hà & Quả óc chó lắc

TỔNG THỜI GIAN CHUẨN BỊ: 5 PHÚT
PHỤC VỤ: 2

**THÀNH PHẦN:**

- 2 muỗng canh bột protein sô cô la
- 2 thìa bột cacao
- 3/4 cốc sữa hạnh nhân sô cô la
- 1 muỗng canh quả óc chó
- 1 muỗng canh ngòi cacao
- 2 lá bạc hà
- 4 viên đá
- ¼ cốc nước

**HƯỚNG**

a) Trong máy xay sinh tố, kết hợp mọi thứ cho đến khi mịn hoàn toàn.

**DINH DƯỠNG**

Calo 210
Tinh bột 15g
Chất béo 3,5g
Chất xơ 6g
Chất đạm 30g
Chất béo bão hòa 0g
Đường 5g

## 9. Kem hạt lanh màu cam

TỔNG THỜI GIAN CHUẨN BỊ: 5 PHÚT
PHỤC VỤ: 2

**THÀNH PHẦN:**

- 2 muỗng canh bột protein vani
- $\frac{1}{4}$ vỏ cam
- 1 muỗng canh quả óc chó
- 2 muỗng canh hạt lanh
- 1 quả cam
- 1 cốc nước
- $\frac{1}{2}$ cốc nước cam
- 3 viên đá

**HƯỚNG**

a) Trong máy xay sinh tố, kết hợp mọi thứ cho đến khi mịn hoàn toàn.

**DINH DƯỠNG**

Calo 217
Tổng lượng chất béo 10,6g
Tổng lượng carbohydrate 26,5g
Đường 21,7g
Chất đạm 5,9g

## 10. Bột yến mạch và hạnh nhân quế

TỔNG THỜI GIAN CHUẨN BỊ: 5 PHÚT
PHỤC VỤ: 2

**Thành phần**

- 2 muỗng bột protein vani
- ½ muỗng cà phê quế xay
- 1 muỗng cà phê xi-rô cây phong nguyên chất
- ¼ chén yến mạch khô
- 1 ½ cốc sữa hạnh nhân
- 6 viên đá

**HƯỚNG**

a) Trong máy xay sinh tố, kết hợp mọi thứ cho đến khi mịn hoàn toàn.

**DINH DƯỠNG**

Lượng calo: 290 kcal
Carbohydrate: 43g
Chất đạm: 24g
Chất béo: 4g
Natri: 451mg
Chất xơ: 6g
Đường: 15g

# TẬP THỂ DỤC VÀ CẤP ẨM

## 11. Sinh tố cà phê sô cô la

TỔNG THỜI GIAN CHUẨN BỊ: 5 PHÚT
PHỤC VỤ: 2

**Thành phần**

- 1 cốc sữa gầy
- 3 viên đá
- 2 muỗng whey protein sô cô la
- 1 cốc nước
- 1 thìa cà phê hòa tan

**HƯỚNG**

a) Trộn tất cả các thành phần trong 60 giây.

**DINH DƯỠNG**

Lượng calo: 258 kcal
Carbohydrate: 38 g
Chất đạm: 11 g
Chất béo: 9 g
Natri: 132 mg
Chất xơ: 5 g

## 12. Jam Protein tập luyện lắc

TỔNG THỜI GIAN CHUẨN BỊ: 5 PHÚT
PHỤC VỤ: 2

**THÀNH PHẦN**

- 1 quả chuối
- 2 thìa mứt dâu
- 1 cốc sữa chua vani
- 1 muỗng canh mật ong
- 2 muỗng whey protein vani

**HƯỚNG**

a) Trộn tất cả các thành phần trong 60 giây.

**DINH DƯỠNG**

Lượng calo 790
Tổng lượng chất béo 35g
Tổng lượng carbohydrate 106g
Chất xơ ăn kiêng 0 g
Đường 102g
Chất đạm 17g

## 13. Pina Colada Củ nghệ S miệng

TỔNG THỜI GIAN CHUẨN BỊ: 5 PHÚT
PHỤC VỤ: 2

## THÀNH PHẦN

- 3 thìa bột protein vani
- 1 thìa cà phê nghệ
- 1/3 chén dứa nghiền
- 1 muỗng cà phê hương liệu chiết xuất dừa
- 1/4 cốc nước cốt dừa không đường
- Đá viên và nước

## HƯỚNG

a) Trộn tất cả các thành phần trong 60 giây.
b) Thưởng thức.

## DINH DƯỠNG

Calo 310
Chất béo 3,5 gam
Chất béo bão hòa 3 gam
Carbohydrate 69 gam
Chất xơ 4 gram
Đường 64 gam
Chất đạm 3 gam

## 14. Bánh mì chuối và bột yến mạch dưỡng ẩm S Mouthie

TỔNG THỜI GIAN CHUẨN BỊ: 5 PHÚT
PHỤC VỤ: 2

## THÀNH PHẦN

- 1 quả chuối
- 1/2 chén cám cám
- 2 muỗng Whey Protein Vani
- 1/2 chén bột yến mạch Quaker
- 350ml nước
- 30g dextrose

## HƯỚNG

a) Trộn tất cả các thành phần trong 60 giây.
b) Thưởng thức.

## DINH DƯỠNG

Lượng calo 564
Tổng chất béo 9g
Carbohydrate 100g
Chất xơ 12g
Đường 97g
Chất đạm 39g

## 15. Quả mọng và kem lắc

TỔNG THỜI GIAN CHUẨN BỊ: 5 PHÚT
PHỤC VỤ: 2

## THÀNH PHẦN

- Khối nước đá
- 2 muỗng whey protein vani
- 1 lon nước ép dứa
- 1 chùm quả hỗn hợp

## HƯỚNG

a) Trộn tất cả các thành phần trong 60 giây.
b) Thưởng thức.

## 16. Sinh tố Berry Nghệ S

TỔNG THỜI GIAN CHUẨN BỊ: 5 PHÚT
PHỤC VỤ: 2

## THÀNH PHẦN

- 2 muỗng Whey Protein Vani
- 1,5 cốc hỗn hợp quả mọng đông lạnh
- 1 thìa cà phê bột nghệ
- 4 thìa sữa chua không béo
- 200ml nước
- Xi-rô phong để nếm thử

## HƯỚNG

a) Trộn tất cả các thành phần trong 60 giây.
b) Thưởng thức.

## DINH DƯỠNG

Lượng calo: 151 kcal
Carbohydrate: 27g
Chất đạm: 8g
Chất béo: 2g
Cholesterol: 3 mg
Natri: 124mg
Chất xơ: 4g
Đường: 16g

## 17. Bánh lắc dâu phô mai

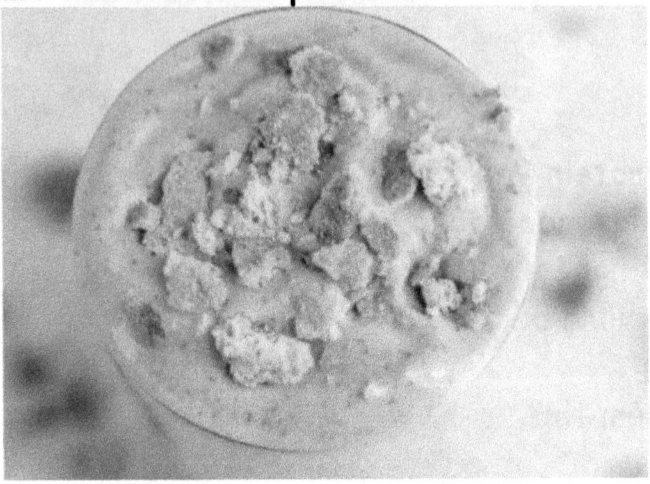

TỔNG THỜI GIAN CHUẨN BỊ: 5 PHÚT
PHỤC VỤ: 2

## THÀNH PHẦN

- 10 ounce nước
- 8 quả dâu tây đông lạnh
- 4 muỗng canh kem chua ít béo
- 2 muỗng whey dâu
- 1 thìa cà phê mật ong

## HƯỚNG

a) Trộn tất cả các thành phần trong 60 giây.
b) Thưởng thức.

## DINH DƯỠNG

620 calo
Tổng lượng chất béo 45g
10g chất đạm
Tổng lượng carbohydrate 43g
33g Đường

## 18. Sinh Tố Protein Đào Và Kem Chua

TỔNG THỜI GIAN CHUẨN BỊ: 5 PHÚT
PHỤC VỤ: 2

**THÀNH PHẦN**

- 10 ounce nước tinh khiết
- 1 quả đào chín
- 2 muỗng canh kem chua
- 1 thìa cà phê mật ong
- 2 muỗng whey vani

**HƯỚNG**

a) Trộn tất cả các thành phần trong 60 giây.
b) Thưởng thức.

.

**DINH DƯỠNG**

Lượng calo: 131 kcal
Carbohydrate: 24g
Chất đạm: 4g
Chất béo: 3g
Chất xơ: 4g
Đường: 19g

## 19. Sau khi tập luyện Chuối Protein Shake

TỔNG THỜI GIAN CHUẨN BỊ: 5 PHÚT
PHỤC VỤ: 2

## THÀNH PHẦN

- 2 quả chuối
- 1/2 chén phô mai
- Protein whey vani
- Cốc sữa
- Một ít đá
- 1/2 thìa cà phê đường nâu

## HƯỚNG

a) Trong máy xay sinh tố, kết hợp mọi thứ cho đến khi mịn hoàn toàn.

## DINH DƯỠNG

Calo 362
Chất béo 10,7g
Chất béo bão hòa 0,1g
Carbohydrate 32,6g
Chất xơ 6g
Đường 19,2g
Chất đạm 38,2g

## 20. Sinh tố phục hồi cam quýt, dưa và cà rốt

TỔNG THỜI GIAN CHUẨN BỊ: 5 PHÚT
PHỤC VỤ: 2

## THÀNH PHẦN

- $\frac{1}{2}$ củ cà rốt, gọt vỏ và thái lát
- $\frac{1}{2}$ quả cam, gọt vỏ và cắt nhỏ
- $\frac{1}{4}$ quả dưa đỏ, gọt vỏ và cắt nhỏ
- 2 thìa bột whey protein
- 125ml sữa hạt điều
- 50ml nước
- Một đống băng

## HƯỚNG

a) Trộn tất cả các thành phần trong 60 giây.
b) Thưởng thức.

## DINH DƯỠNG

Lượng calo 150 Kcal
Chất béo 1g
Chất béo bão hòa 1g
Carbohydrate 36g
Chất xơ 4g
Đường 29g
Chất đạm 3g

# Nước ép hạt và sinh tố

# 21. Sinh tố đậu phộng, kefir và bạc hà

TỔNG THỜI GIAN CHUẨN BỊ: 5 PHÚT
PHỤC VỤ: 2

## THÀNH PHẦN:

- 1/2 chén đậu phộng sống đã bóc vỏ
- 1 bó lá bạc hà
- 1 ½ cốc kefir
- 1 thìa mật ong nguyên chất
- 6-7 viên đá

## HƯỚNG

a) Trộn tất cả các thành phần để tạo thành một hỗn hợp sệt, đồng đều và thêm nước đến độ đặc mong muốn.

b) Cuối cùng thêm đá viên vào và dùng lạnh.

## DINH DƯỠNG

Lượng calo: 187

Carbohydrate: 28,9g

Chất đạm: 5,4g

Chất béo: 6,3g

## 22. Sinh tố quả sung và quả óc chó

TỔNG THỜI GIAN CHUẨN BỊ: 5 PHÚT
PHỤC VỤ: 2

## THÀNH PHẦN:

- 2-3 quả sung tươi, ngâm
- 3 quả dâu tây
- 6 quả óc chó, ngâm
- 6-7 viên đá
- 1 cốc sữa hạnh nhân

## HƯỚNG

a) Trộn sữa hạnh nhân, dâu tây và quả sung rồi trộn đều.

b) Thêm quả óc chó cuối cùng vào máy xay và trộn kỹ. Thêm nước đến độ đặc mong muốn.

c) Thêm một ít trang trí quả óc chó nghiền nát trước khi dùng. Dùng lạnh.

## DINH DƯỠNG

Lượng calo: 296

Carbohydrate: 34g

Chất đạm: 11g

Chất béo: 15g

# 23. Smoothie trái cây xanh và hạt điều

TỔNG THỜI GIAN CHUẨN BỊ: 5 PHÚT
PHỤC VỤ: 4

**THÀNH PHẦN:**

- 1 cốc sữa hạnh nhân
- 1/4 chén hạt hướng dương
- 1/4 cốc hạt điều
- 2 muỗng canh bơ hạt tùy chọn
- 3 chén rau bina
- 1/2 cốc quả việt quất
- ½ cốc nước
- 1 quả chuối đông lạnh
- 4-5 viên đá

**HƯỚNG :**

a) Trộn hạt điều, hạt hướng dương và bơ hạt với một chút sữa hạnh nhân.

b) Thêm phần còn lại của các thành phần.

**DINH DƯỠNG**

Lượng calo : 293

Carbohydrate : 25g

Chất béo : 10g

Chất đạm : 25g

## 24. Sinh tố hạnh nhân và chuối

TỔNG THỜI GIAN CHUẨN BỊ: 5 PHÚT
PHỤC VỤ: 2

**THÀNH PHẦN:**

- 1 quả chuối đông lạnh
- 1 cốc dứa tươi cắt nhỏ
- 1 cốc sữa hạnh nhân
- 6 lá lá bạc hà tươi
- 6-7 viên đá

**HƯỚNG**

a) Trộn chuối, dứa và lá bạc hà cùng với đá viên và thêm nước nếu cần.

b) Trang trí với hạnh nhân cắt lát ngay trước khi dùng.

**DINH DƯỠNG**

Lượng calo 154,6

Tổng chất béo 7,7 g

Carbohydrate 21,3 g

Chất đạm 3,2 g

## 25. Sinh tố hạnh nhân và nam việt quất

TỔNG THỜI GIAN CHUẨN BỊ: 5 PHÚT
PHỤC VỤ: 2

**THÀNH PHẦN:**

- 1-1½ cốc nước
- ½ chén hạnh nhân, ngâm
- 2 quả mơ, ngâm
- ¼ cốc quả nam việt quất

**HƯỚNG :**

a) Trộn 200 ml nước với hạnh nhân để làm sữa.
b) Lọc vào máy xay.
c) Thêm mơ và anh đào và xay nhuyễn.

**DINH DƯỠNG**

Lượng calo 140,2
Tổng chất béo 0,6 g
Carbohydrate 29,9 g
Chất đạm 4,4 g

## 26. Sinh tố hạnh nhân và Cappuccino

TỔNG THỜI GIAN CHUẨN BỊ: 5 PHÚT
PHỤC VỤ: 6

**THÀNH PHẦN:**

- 3 quả chà là Medjool
- 1 quả chuối, cắt thành miếng vừa ăn
- 1 muỗng cà phê chiết xuất vani nguyên chất
- 2 muỗng canh hạt cây gai dầu
- 8 quả hạnh nhân
- 1 thìa cà phê bột espresso hòa tan
- 1/2 muỗng cà phê quế
- 1 ½ cốc sữa hạnh nhân

**HƯỚNG :**

a) Cho tất cả nguyên liệu vào máy xay và xay cho đến khi mịn và dạng kem.

**DINH DƯỠNG**

Lượng calo 1340
Chất béo 39g
Carbohydrate 245g
Chất đạm 4g

## 27. Sinh tố chanh và rau bina hấp dẫn

TỔNG THỜI GIAN CHUẨN BỊ: 5 PHÚT
PHỤC VỤ: 2

## THÀNH PHẦN:

- 1 chén hạt điều
- Một bó lá rau bina
- ½ nước cốt chanh
- 1 ½ cốc nước
- ¼ cốc xi-rô cây phong

## HƯỚNG

a) Trộn hạt điều trước và tạo thành khối thô
b) Cuối cùng, trộn các nguyên liệu còn lại để có kết cấu đồng đều và thêm nước nếu cần.

## DINH DƯỠNG

Lượng calo: 692

Carbohydrate: 85g

Chất đạm: 28g

Chất béo: 44g

# 28. Dâu tây và hạt Macadamia

TỔNG THỜI GIAN CHUẨN BỊ: 5 PHÚT
PHỤC VỤ: 1

**THÀNH PHẦN:**

- 1 cốc dâu tây
- 3 thìa hạt macadamia đã ngâm
- 4 ngày đọ sức
- 1/4 chén yến mạch kiểu cũ
- 1/4 muỗng cà phê chiết xuất vani nguyên chất
- 1 cốc nước đá lạnh
- 3 đến 4 viên đá

**HƯỚNG :**

a) Kết hợp tất cả các thành phần trong máy xay và xay cho đến khi thành dạng kem.

**DINH DƯỠNG**

Đường: 3g
Chất xơ: 4g
Lượng calo: 327 kcal
Chất béo bão hòa: 5g
Chất béo: 33g
Chất đạm: 3g
Carbohydrate: 7g

## 29. Anh đào, Vani và Macadamia

TỔNG THỜI GIAN CHUẨN BỊ: 5 PHÚT
PHỤC VỤ: 2

**THÀNH PHẦN:**

- 1/4 cốc quả goji khô
- 1 cốc quả anh đào đông lạnh
- 1/4 chén hạt macadamia thô
- 1/2 quả chuối, cắt thành khối
- 1 muỗng cà phê chiết xuất vani nguyên chất
- 1 cốc nước và 8 viên đá

**HƯỚNG :**

a) Cho tất cả nguyên liệu trừ đá vào máy xay sinh tố và xay cho đến khi mịn như kem.
b) Thêm đá và xử lý lại. Uống đá lạnh.

**DINH DƯỠNG**

298 calo
20g chất béo
17g carbohydrate
27g chất đạm

## 30. *Gừng*, hạt điều và quả việt quất dại

TỔNG THỜI GIAN CHUẨN BỊ: 5 PHÚT
PHỤC VỤ: 2

**THÀNH PHẦN:**

- 1 cốc quả việt quất hoang dã đông lạnh
- 1/4 chén hạt điều thô
- 1 thìa nước cốt chanh tươi
- 1/2 muỗng cà phê chiết xuất vani nguyên chất
- 1 muỗng canh củ gừng tươi nạo
- 6 ngày đọ sức
- 1 quả chuối, thái hạt lựu
- 1 cốc nước lạnh
- 5 đến 6 viên đá

**HƯỚNG :**

a) Đặt mọi thứ vào máy xay và xay cho đến khi mịn.

**DINH DƯỠNG**

Lượng calo: 298
Đường: 15g
Natri: 161 mg
Chất béo: 12g
Chất béo bão hòa: 1g
Carbohydrate: 35g
Chất xơ: 11g
Chất đạm: 15g

# NƯỚC TRÁI CÂY VÀ sinh tố

Sinh tố và nước trái cây có thể được làm từ bất kỳ loại trái cây nào, từ dâu tây thông thường đến dưa ngọt dễ chịu lạ thường. Dưới đây là các công thức làm nước ép trái cây và sinh tố tốt nhất, vừa đơn giản vừa tốt cho sức khỏe!

# 31. Sinh Tố Xanh Berry

TỔNG THỜI GIAN CHUẨN BỊ: 5 PHÚT
PHỤC VỤ: 2

**THÀNH PHẦN:**

- 1 cốc xoài đông lạnh
- 3 bó rau bina
- 1 chùm nho tươi không hạt đông lạnh hoặc tươi
- 2 cốc nước
- 1 quả táo, bỏ lõi và cắt làm tư
- 1 cốc dâu tây đông lạnh
- $\frac{1}{4}$ cốc xi-rô phong hoặc thưởng thức mà không cần
- 2 muỗng canh hạt lanh xay

**HƯỚNG :**

a) Trộn tất cả mọi thứ cho đến khi kem.

**DINH DƯỠNG**

Calo 59
Chất béo 2,6g
Carbohydrate 52g
Chất đạm 12g

## 32. Sinh tố dứa

TỔNG THỜI GIAN CHUẨN BỊ: 5 PHÚT
PHỤC VỤ: 2

**THÀNH PHẦN:**

- $1\frac{1}{2}$ cốc xoài đông lạnh
- 2 bó rau trộn mùa xuân
- 2 bó rau chân vịt
- 1 quả chuối, gọt vỏ
- 1 $\frac{1}{2}$ cốc dứa
- 1 cốc quả hỗn hợp đông lạnh
- $\frac{1}{4}$ cốc xi-rô phong hoặc thưởng thức mà không cần
- 2 cốc nước
- 2 muỗng canh hạt lanh xay

**HƯỚNG :**

a) Trộn tất cả mọi thứ cho đến khi hỗn hợp có độ đặc giống như nước ép màu xanh lá cây.

**DINH DƯỠNG**

Calo 126
Tổng chất béo 0,6g
Carbohydrate 31g
Chất đạm 1,3g

## 33. Sinh Tố Xanh Tươi Mát

TỔNG THỜI GIAN CHUẨN BỊ: 5 PHÚT
PHỤC VỤ: 2

**THÀNH PHẦN:**

- 1 cốc dứa, xắt nhỏ
- 1 quả chuối đông lạnh, nghiền
- 1 quả xoài, thái lát
- ½ cốc nước
- Một bó rau chân vịt

**HƯỚNG :**

a) Trộn tất cả các thành phần.

b) Thêm nước và đá nếu cần.

**DINH DƯỠNG**

Lượng calo: 126,7

Carbohydrate: 27,1g

Chất đạm: 11,6g

## 34. Sinh tố dừa xanh

TỔNG THỜI GIAN CHUẨN BỊ: 5 phút
PHỤC VỤ: 2

**THÀNH PHẦN:**

- 1 chén dứa tươi
- 1 cốc quả việt quất đông lạnh
- 1 chén xoài đông lạnh
- 1/2 cốc nước dừa
- 1/4 muỗng cà phê protein đậu bướm

**HƯỚNG:**

a) Thêm tất cả các thành phần và trộn đều.
b) Trang trí với hạt chia và dừa vụn.

**DINH DƯỠNG**

Calo 113

Đạm 12,4g

Carbohydrate 24,9g

Chất béo 11,3g

## 35. Sinh tố chuối và kỷ tử

TỔNG THỜI GIAN CHUẨN BỊ: 5 PHÚT
PHỤC VỤ: 2

**THÀNH PHẦN:**

- 2 cốc dâu tây
- 1 quả chuối chín
- $\frac{1}{4}$ cốc quả kỷ tử
- 1 cốc hỗn hợp quả mọng đông lạnh
- Củ gừng 1 inch
- 1/4 cốc nước dừa

**HƯỚNG :**

a) Thêm tất cả nguyên liệu vào máy xay.

b) Trang trí với dừa nạo và dâu tây.

**DINH DƯỠNG**

Calo 94

Chất đạm 12g

Carbohydrate 65,8g

Chất béo 4,5g

## 36. Nước ép cam quýt và táo

TỔNG THỜI GIAN CHUẨN BỊ: 5 PHÚT
PHỤC VỤ: 2

**THÀNH PHẦN**

- 2 quả cam, cắt làm tư
- 1/4 quả chanh
- 1 quả táo, cắt làm 8
- 1/2" gừng tươi

**HƯỚNG :**

a) Nước ép tất cả các thành phần.

**DINH DƯỠNG**

164 calo
Chất đạm 2,7g
Carbohydrate 44,4g
Chất béo 0,3g
Natri 11,9mg

## 37. Hỗn hợp giải độc táo và củ cải đường

TỔNG THỜI GIAN CHUẨN BỊ: 5 PHÚT
PHỤC VỤ: 4

**THÀNH PHẦN:**

- ½ quả chanh
- 1 miếng gừng tươi
- 2 quả táo
- 3 củ cải đường
- 6 củ cà rốt

**HƯỚNG :**

a) Gọt vỏ chanh, gừng, táo, củ cải đường và cà rốt.
b) Cắt tất cả nguyên liệu thành từng miếng vừa với máng nạp của máy ép trái cây.
c) Đặt các miếng trái cây và rau quả vào máy ép trái cây của bạn.

**DINH DƯỠNG**

155 calo
0,7g chất béo
0g chất béo bão hòa
42mg Natri
51,2g carbohydrate
9,1g chất xơ
38,8g Đường
1,7g chất đạm

## 38. lựu và chanh

TỔNG THỜI GIAN CHUẨN BỊ: 5 PHÚT
PHỤC VỤ: 1

**THÀNH PHẦN:**

- 4 quả lựu, gọt vỏ
- 1/2 quả chanh, gọt vỏ
- 2 thìa mật ong nguyên chất

**HƯỚNG :**

a) Chế biến lựu đã gọt vỏ thông qua máy ép trái cây điện tử.
b) Thêm chanh.
c) Thêm mật ong vào nước ép thu được.
d) Đánh đều nước ép cho đến khi mật ong tan hoàn toàn và thưởng thức.

**DINH DƯỠNG**

Lượng calo: 78 kcal
Carbohydrate: 20g
Chất đạm: 1g
Chất béo: 1g
Chất béo bão hòa: 1g
Natri: 16mg
Chất xơ: 1g
Đường: 16g

## 39. Nước ép mận và chanh giải khát

TỔNG THỜI GIAN CHUẨN BỊ: 5 PHÚT
PHỤC VỤ: 1

**THÀNH PHẦN**

- 2 cốc nước
- 1 thìa nước cốt chanh
- 5 quả mận
- 2 thìa cà phê đường
- ít đá khối

**HƯỚNG :**

a) Trộn mận và nước rồi để yên trong 15-20 phút.
b) Thêm đường và trộn cho đến khi mịn.
c) Chiết xuất hoàn toàn nước trái cây bằng cách nhấn bằng thìa.
d) Cuối cùng, thêm nước cốt chanh.

**DINH DƯỠNG**

Lượng calo: 165
Chất đạm: 2 gram
Chất béo: 0 gram
Carbohydrate: 44 gram
Chất xơ: 4 gram
Natri: 15 miligam
Đường: 26 gram.

## 40. Hỗn hợp nho đỏ và lựu tốt cho sức khỏe

TỔNG THỜI GIAN CHUẨN BỊ: 5 PHÚT
PHỤC VỤ: 6

## THÀNH PHẦN

- $\frac{1}{4}$ cốc đường
- 2 pound nho đỏ
- 2 quả lựu, gọt vỏ
- 2 cốc nước

## HƯỚNG :

e) Chế biến lựu đã gọt vỏ thông qua máy ép trái cây điện tử.
a) nho vào hỗn hợp rồi thêm nước, đường và nước ép lựu.
b) Dùng lạnh.

## DINH DƯỠNG

Lượng calo: 180
Chất béo: 1g
Chất béo chuyển hóa: 0g
Natri: 270mg
Carbohydrate: 42g
Chất xơ: 5g
Đường: 33g
Chất đạm: 4g

# NƯỚC VEGGIE VÀ sinh tố

## 41. Rau bina, dứa và trà xanh

TỔNG THỜI GIAN CHUẨN BỊ: 5 PHÚT
PHỤC VỤ: 2

## THÀNH PHẦN

- $\frac{1}{2}$ quả bưởi
- 2 thìa bạc hà tươi
- 1 cọng cần tây, xắt nhỏ
- 1 chén rau bina, xắt nhỏ
- $\frac{1}{2}$ cốc trà xanh đã pha
- 1 cốc dứa, xắt nhỏ
- $\frac{1}{4}$ quả bơ, cắt nhỏ

## HƯỚNG :

a) Trộn rau bina, bạc hà và cần tây cùng với trà xanh.
b) Pha trộn tốt.
c) Thêm các thành phần còn lại.
d) Pha trộn một lần nữa và phục vụ.

## DINH DƯỠNG

Lượng calo: 71
Carbohydrate: 24g
Chất đạm: 1g
Chất béo: 2g

## 42. Sinh tố dưa chuột, cần tây và rau bina

TỔNG THỜI GIAN CHUẨN BỊ: 5 PHÚT
PHỤC VỤ: 2

## THÀNH PHẦN:

- ½ quả dưa chuột
- 2 nhánh cần tây
- Bó rau chân vịt
- 1 quả táo
- ½ quả chanh
- Gừng 1 inch

## HƯỚNG :

a) Trộn tất cả các thành phần để kết hợp chúng.

b) Thưởng thức.

## DINH DƯỠNG

Lượng calo: 112

Carbohydrate: 22g

Chất đạm: 3g

Chất béo: 3g

# 43. Rau bina, lê và quả sung

TỔNG THỜI GIAN CHUẨN BỊ: 5 PHÚT
PHỤC VỤ: 2

**THÀNH PHẦN:**

- 2,5 ounce rau bina bé
- 2 cốc nước
- 1 quả lê
- 2 quả sung ngâm nước hoặc 3 quả sung tươi

**HƯỚNG :**

a) Xay nhuyễn rau bina với 1½ cốc nước. Cắt quả lê, thêm nó cùng với quả sung và xay nhuyễn một lần nữa.
b) Thêm nhiều nước hơn để có được độ đặc phù hợp cho món Smoothie của bạn.

**DINH DƯỠNG**

Lượng calo: 280
Chất béo: 9g
Carbohydrate: 52g
Chất xơ: 12g
Chất đạm: 5g

## 44. Nước ép cà chua và Tabasco đỏ

TỔNG THỜI GIAN CHUẨN BỊ: 5 PHÚT
PHỤC VỤ: 2

**THÀNH PHẦN**

- 3 pound cà chua chín, bỏ lõi, xắt nhỏ
- 1/3 chén hành tây xắt nhỏ
- 2 thìa đường
- 1 1/4 chén cần tây cắt nhỏ với lá
- 1 thìa cà phê muối
- Nhúm hạt tiêu đen
- 8 giọt sốt Tabasco

**HƯỚNG :**

a) Cho tất cả nguyên liệu vào đun nhỏ lửa và đun trong khoảng 20 phút.
b) Buộc hỗn hợp qua rây.
c) Dùng lạnh.

**DINH DƯỠNG**

Calo 50
Chất béo 1g
Chất béo bão hòa 1g
Natri 18mg
Carbohydrate 12g
Chất xơ 1g
Đường 11g
Chất đạm 1g

## 45. Rau họ cải và bạc hà

TỔNG THỜI GIAN CHUẨN BỊ: 5 PHÚT
PHỤC VỤ: 2

**THÀNH PHẦN**

- 2 thìa lá bạc hà
- 1 quả chanh
- 1 chén rau chân vịt
- 3 cọng cần tây
- ½ quả dưa chuột
- 1 chén bắp cải xanh
- 1 cốc bông cải xanh
- ½ quả táo đỏ
- Gừng tươi 1 inch, gọt vỏ

**HƯỚNG :**

a) Rửa và cắt nhỏ tất cả các thành phần.
b) Chạy qua máy ép trái cây.

**DINH DƯỠNG**

Lượng calo 141
Chất béo 10,8g
Chất béo bão hòa 1,6g
Natri 112,6mg
Carbohydrate 8,6g
Chất xơ 3,8g
Đường 1,6g
Chất đạm 4g

# 46. Hỗn hợp táo, thì là và cần tây

TỔNG THỜI GIAN CHUẨN BỊ: 5 PHÚT
PHỤC VỤ: 2

**THÀNH PHẦN:**

- 2 cọng cần tây
- 1 bó bạc hà
- 1 đầu thì là
- 1 bó mùi tây
- ½ quả táo xanh
- 2 nước cốt chanh

**HƯỚNG :**

a) Trộn tất cả các thành phần để kết hợp chúng và thêm nước nếu cần.

**DINH DƯỠNG**

Lượng calo: 140

Chất đạm: 5g

Carb: 18g

Chất béo: 4g

## 47. Sinh tố dưa chuột, cần tây và cải xoăn

TỔNG THỜI GIAN CHUẨN BỊ: 5 PHÚT
PHỤC VỤ: 2

**THÀNH PHẦN:**

- 1 quả dưa chuột
- 3 nhánh cần tây
- Một bó bạc hà tươi
- 2 lá cải xoăn
- $\frac{1}{4}$ cốc xi-rô phong hoặc thưởng thức mà không cần
- 1 nước cốt chanh hoặc chanh

**HƯỚNG :**

a) Trộn tất cả các thành phần đến độ đặc mong muốn.

**DINH DƯỠNG**

Lượng calo: 254

Tổng chất béo: 3 g

Tổng lượng carbohydrate: 54 g

Chất xơ: 3 g

Chất đạm: 6 g

# 48. Sinh Tố Protein Đậu Tuyết

TỔNG THỜI GIAN CHUẨN BỊ: 5 PHÚT
PHỤC VỤ: 2

**THÀNH PHẦN:**

- 1 cốc sữa chua
- Bó rau chân vịt
- ½ cốc nước
- ½ chén đậu tuyết tươi
- 6 lá bạc hà
- 2 thìa bột protein
- 5 viên đá

**HƯỚNG**

a) Trộn tất cả các thành phần cho đến khi mịn.

b) Thêm đá vào cho mát

c) Dùng vài lá bạc hà trang trí khi thưởng thức. Dùng lạnh.

**DINH DƯỠNG**

27 calo

Chất béo: 0,1 g

Carbohydrate: 4,8 g

Chất đạm: 1,8 g

## 49. Máy làm rau diếp và đậu xanh

TỔNG THỜI GIAN CHUẨN BỊ: 5 PHÚT
PHỤC VỤ: 1

**THÀNH PHẦN**

- 5 lá xà lách romaine
- 2 chén đậu xanh tươi
- 1 quả dưa chuột
- 1 quả chanh cắt làm tư, gọt vỏ

**HƯỚNG :**

a) Xử lý nguyên liệu thông qua máy ép trái cây điện tử.

**DINH DƯỠNG**

Lượng calo 195,2
Tổng chất béo 13,9 g
Chất béo bão hòa 1,9 g
Tổng lượng carbohydrate 17,7 g
Chất xơ 6,2 g
Đường 1,5 g
Chất đạm 3,6 g

# 50. Cocktail Atisô Jerusalem và Cilantro

TỔNG THỜI GIAN CHUẨN BỊ: 5 PHÚT
PHỤC VỤ: 1

**THÀNH PHẦN:**

- 4 củ cải, cắt đuôi và tỉa
- 4 bông atisô Jerusalem
- 1 bó rau mùi tươi khoảng 1 chén
- 3 củ cà rốt, tỉa

**HƯỚNG :**

a) Chế biến từng cây atisô Jerusalem thông qua máy ép trái cây điện tử của bạn.
b) Cuộn rau mùi thành một quả bóng để nén và thêm.
c) Thêm củ cải và cà rốt.
d) Trộn kỹ nước trái cây để kết hợp và phục vụ trên đá như mong muốn.

**DINH DƯỠNG**

Lượng calo: 64
Chất béo: 0,4g
Natri: 72mg
Carbohydrate: 14g
Chất xơ: 7g
Đường: 1,2g
Chất đạm: 3,5g

# Nước ép chua ngọt và sinh tố

## 51. Sinh tố dâu, hạt lanh và táo

TỔNG THỜI GIAN CHUẨN BỊ: 5 PHÚT
PHỤC VỤ: 2

**THÀNH PHẦN:**

- 3 bó rau trộn mùa xuân
- 2 cốc nước
- 1 quả chuối, gọt vỏ
- 2 quả táo, bỏ lõi và cắt làm tư
- 1 $\frac{1}{2}$ cốc dâu tây đông lạnh
- $\frac{1}{4}$ cốc si-rô phong hoặc thưởng thức mà không cần
- 2 muỗng canh hạt lanh xay

**HƯỚNG :**

a) Cho nguyên liệu vào máy xay cho đến khi thành dạng kem.

**DINH DƯỠNG**

Lượng calo: 101
Carbohydrate: 14,7g
Chất đạm: 4,2g
Chất béo: 2,6g

## 52. Nước ép Jalapeño và củ cải đường nóng

TỔNG THỜI GIAN CHUẨN BỊ: 5 PHÚT
PHỤC VỤ: 1

## THÀNH PHẦN

- 2 chén rau bina, xắt nhỏ
- 5 củ cà rốt, gọt vỏ và cắt nhỏ
- ½ quả chanh, gọt vỏ
- 1 quả ớt jalapeño
- 1 củ cải đường, gọt vỏ và cắt nhỏ
- 1 miếng gừng, nạo
- 2 cọng cần tây, xắt nhỏ

## HƯỚNG :

a) Đặt các miếng trái cây và rau quả vào máy ép trái cây của bạn. Nhấn máy ép trái cây xuống cho đến khi nước ép tươi bắt đầu chảy.

## DINH DƯỠNG

105 calo
25g carbohydrate
0g chất béo
2g chất đạm

## 53. Nước ép anh đào chua và húng quế

TỔNG THỜI GIAN CHUẨN BỊ: 5 PHÚT
PHỤC VỤ: 1

**THÀNH PHẦN**

- ½ giọt tinh dầu húng quế
- 1 chén lá cải xoăn, thái hạt lựu
- 1 cốc dứa, cắt hạt lựu
- 1 quả chanh, gọt vỏ
- 2 quả dưa chuột, gọt vỏ
- 3 cọng cần tây

**HƯỚNG :**

a) Đặt các miếng trái cây và rau quả vào máy ép trái cây của bạn. Nhấn máy ép trái cây xuống cho đến khi nước ép tươi bắt đầu chảy.
b) Thêm tinh dầu húng quế cho vừa miệng và thưởng thức.

**DINH DƯỠNG**

Lượng calo: 159
Chất béo: 1,5g
Natri: 10,8 mg
Carbohydrate: 36,9g
Đường: 32,8g
Chất xơ: 0g
Chất đạm: 0,8g

# 54. Sinh tố việt quất cải xoong

TỔNG THỜI GIAN CHUẨN BỊ: 5 PHÚT
PHỤC VỤ: 2

**THÀNH PHẦN:**

- 2 chén cải xoong
- 1 cốc dứa
- 1 quả chuối chín, thái lát
- 1 quả cam, gọt vỏ và cắt nhỏ
- 1 ngày Medjool đọ sức
- 1 thìa bột cỏ lúa mì
- Nước tinh khiết

**HƯỚNG :**

a) Thêm tất cả các thành phần ngoại trừ nước tinh khiết vào máy xay.

b) Thêm nước để có độ đặc mong muốn.

c) Xử lý cho đến khi mịn.

**DINH DƯỠNG**

Calo 198

Chất béo 1g

Carbohydrate 47g

Chất đạm 5g

## 55. Sinh tố chanh xanh và dưa chuột

TỔNG THỜI GIAN CHUẨN BỊ: 5 PHÚT
PHỤC VỤ: 2

**THÀNH PHẦN:**

- 1 quả dưa chuột
- 1 quả lê, thái lát và bỏ lõi
- 1 quả táo cắt lát và bỏ lõi
- 1 củ gừng bào sợi
- $\frac{1}{2}$ cốc nước
- nước cốt của $\frac{1}{2}$ quả chanh
- một muỗng maca
- $\frac{1}{2}$ cốc nước đá

**HƯỚNG :**

a) Đặt tất cả các thành phần này vào máy xay cho đến khi thành dạng kem.

**DINH DƯỠNG**

Lượng calo: 112

Carbohydrate: 30,5g

Chất đạm: 2g

Chất béo: 0,5g

## 56. Sinh Tố Trái Cây Và Protein Xanh

TỔNG THỜI GIAN CHUẨN BỊ: 5 PHÚT
PHỤC VỤ: 4

## THÀNH PHẦN:

- $\frac{1}{2}$ cốc sữa chua Hy Lạp nguyên chất
- 2 thìa bột protein
- $\frac{1}{2}$ cốc quả việt quất
- $\frac{1}{2}$ chén đào, thái lát
- $\frac{1}{2}$ chén dứa, thái lát
- $\frac{1}{2}$ cốc dâu tây
- $\frac{1}{2}$ chén xoài, thái lát
- 1 bó cải xoăn
- $\frac{1}{2}$ cốc nước

## HƯỚNG :

a) Đặt tất cả các thành phần này vào máy xay và trộn đều.

## DINH DƯỠNG

Lượng calo: 330

Carbohydrate: 53g

Chất đạm: 5g

Chất béo: 13g

## 57. Sinh tố xanh, chia và xoài

TỔNG THỜI GIAN CHUẨN BỊ: 5 PHÚT
PHỤC VỤ: 2

**THÀNH PHẦN:**

- 1 quả xoài chín, thái hạt lựu
- 1 quả cam, gọt vỏ, bỏ lõi và cắt nhỏ
- 1 cốc quả mâm xôi đông lạnh
- 2 thìa hạt chia
- 2 muỗng canh bột protein vani
- 1 muỗng canh hạt lanh xay
- ½ cốc nước

**HƯỚNG :**

a) Thêm tất cả các thành phần ngoại trừ nước tinh khiết vào máy xay.

b) Thêm nước để có độ đặc mong muốn. Xử lý cho đến khi mịn.

**DINH DƯỠNG**

Lượng calo: 345

Tổng lượng chất béo: 9,9g

Tinh bột: 39g

Chất đạm: 32g.

## 58. Hỗn hợp gừng, táo và cà rốt

TỔNG THỜI GIAN CHUẨN BỊ: 5 PHÚT
PHỤC VỤ: 2

**THÀNH PHẦN**

- 5 củ cà rốt
- 2 quả táo, xắt nhỏ
- Gừng tươi 1/2-inch
- 1/4 quả chanh

**HƯỚNG :**

a) Nước ép tất cả các thành phần.
b) Thưởng thức.

**DINH DƯỠNG**

Lượng calo: 348 kcal
Carbohydrate: 46g
Chất đạm: 12g
Chất béo: 14g
Chất béo bão hòa: 1g
Natri: 88mg
Chất xơ: 10g
Đường: 29g

## 59. Cà chua, dưa chuột và chanh

TỔNG THỜI GIAN CHUẨN BỊ: 5 PHÚT
PHỤC VỤ: 2

**THÀNH PHẦN:**

- 1 quả dưa chuột
- 1 cọng cần tây
- 1 bó rau mùi tây
- 2 quả chanh Meyer
- 2 quả cà chua
- Núm gừng 1 inch

**HƯỚNG :**

a) Trộn tất cả các thành phần để kết hợp chúng.

b) Thêm nước nếu cần thiết.

**DINH DƯỠNG**

Lượng calo: 83

Carbohydrate: 17g

Chất đạm: 5g

Chất béo: 1g

# 60. Hỗn hợp nước ép ngọt và thơm

TỔNG THỜI GIAN CHUẨN BỊ: 5 PHÚT
PHỤC VỤ: 1

**THÀNH PHẦN:**

- 1 quả chanh, gọt vỏ
- 1 chén rau chân vịt
- 1 quả dưa chuột, gọt vỏ
- 3 quả táo, gọt vỏ và cắt nhỏ
- 1 miếng gừng, gọt vỏ
- 2 cọng cần tây, xắt nhỏ

**HƯỚNG :**

a) Đặt các miếng trái cây và rau quả vào máy ép trái cây của bạn.
b) Nhấn máy ép trái cây xuống cho đến khi nước ép tươi bắt đầu chảy.

**DINH DƯỠNG**

Calo 34
Tổng chất béo 0 gram
Natri 1,7 mg
Carbohydrate 9,1 gam
Chất xơ 0,1 gam
Đường 8,4 gam
Chất đạm 0,1 gam

# TRÁI CÂY VÀ XANH

# 61. Sinh Tố Xanh Berry

Khẩu phần: 2

**Thành phần :**

3 nắm rau chân vịt
2 cốc nước
1 quả táo, bỏ lõi và cắt làm tư
1 cốc xoài đông lạnh
1 cốc dâu tây đông lạnh
1 nắm nho đông lạnh hoặc tươi không hạt
$\frac{1}{4}$ cốc si-rô phong hoặc thưởng thức mà không cần
2 muỗng canh hạt lanh xay

**Hướng:**

Cho rau xanh và nước vào máy xay rồi xay cho đến khi hỗn hợp có độ đặc giống như nước ép xanh.
Dừng máy trộn và thêm các thành phần còn lại. Trộn cho đến khi kem.

**Giá trị dinh dưỡng**

Calo 59
Chất béo 2,6g
Carbohydrate 52g
Chất đạm 12g

## 62. Sinh tố đốt mỡ

Khẩu phần: 2

**Thành phần**

1 chén rau bina tươi, xắt nhỏ

2 thìa bạc hà tươi

1 cọng cần tây, xắt nhỏ

½ cốc trà xanh đã pha

½ quả bưởi lớn

1 cốc dứa, xắt nhỏ

¼ quả bơ, cắt nhỏ

**Hướng:**

Trộn rau bina, bạc hà và cần tây cùng với trà xanh.

Xay đến khi mịn.

Thêm các thành phần còn lại.

Pha trộn một lần nữa và phục vụ.

**Dinh dưỡng**

Lượng calo: 71

Carbohydrate: 24g

Chất đạm: 1g

Chất béo: 2g

## 63. Sinh Tố Táo- Dâu

Khẩu phần: 2

**Thành phần :**

3 nắm rau trộn mùa xuân
2 cốc nước
1 quả chuối, gọt vỏ
2 quả táo, bỏ lõi và cắt làm tư
1 ½ cốc dâu tây đông lạnh
¼ cốc si-rô phong hoặc thưởng thức mà không cần
2 muỗng canh hạt lanh xay

**Hướng:**

Cho rau xanh và nước vào máy xay rồi xay cho đến khi hỗn hợp có độ đặc giống như nước ép xanh.
Dừng máy trộn và thêm các thành phần còn lại. Trộn cho đến khi kem.

**Dinh dưỡng**

Lượng calo: 101
Carbohydrate: 14,7g
Chất đạm: 4,2g
Chất béo: 2,6g

## 64. Sinh tố dâu xanh

Khẩu phần: 2

**Thành phần :**

1 nắm rau trộn mùa xuân

2 nắm rau chân vịt

2 cốc nước

$1\frac{1}{2}$ cốc quả việt quất đông lạnh

1 quả chuối, gọt vỏ

1 quả táo, bỏ lõi và cắt làm tư

$\frac{1}{4}$ cốc si-rô phong hoặc thưởng thức mà không cần

2 muỗng canh hạt lanh xay

**Hướng:**

Cho rau xanh và nước vào máy xay rồi xay cho đến khi hỗn hợp có độ đặc giống như nước ép xanh.

Dừng máy trộn và thêm các thành phần còn lại. Trộn cho đến khi kem.

**Dinh dưỡng**

Lượng calo 157,9

Chất béo 0,8 g

Carbohydrate 37,1 g

Chất đạm 4,3 g

## 65. Sinh tố đào dâu

Khẩu phần: 2

**Thành phần :**

2 nắm cải xoăn

1 nắm rau chân vịt

2 cốc nước

2 quả táo, bỏ lõi và cắt làm tư

1½ cốc đào đông lạnh

1½ cốc quả hỗn hợp đông lạnh

¼ si-rô phong hoặc thưởng thức mà không cần

2 muỗng canh hạt lanh xay

**Hướng:**

Cho rau xanh và nước vào máy xay rồi xay cho đến khi hỗn hợp có độ đặc giống như nước ép xanh.

Dừng máy trộn và thêm các thành phần còn lại. Trộn cho đến khi kem.

**Dinh dưỡng**

Calo 59

Chất béo 3 g

Carbohydrate 36 g

Chất đạm 11 g

# 66. Sinh Tố Đào Berry Rau Bina

Khẩu phần: 2

**Thành phần :**

3 nắm rau bina

2 cốc nước

1 cốc đào đông lạnh

1 nắm nho tươi không hạt

1½ cốc quả việt quất

¼ cốc xi-rô phong hoặc thưởng thức mà không cần

**Hướng:**

Cho rau bina và nước vào máy xay và xay cho đến khi hỗn hợp có độ đặc giống như nước ép xanh. Dừng máy trộn và thêm các thành phần còn lại.

Trộn cho đến khi kem.

**Dinh dưỡng**

Lượng calo: 98,6

Chất béo: 3,8 g

Carb: 42,7 g

Chất xơ: 9,2 g

Chất đạm: 8,2 g

# 67. Sinh tố rau bina dứa

Khẩu phần: 2

**Thành phần :**

2 chén rau bina tươi, bọc

1 chén dứa miếng

2 cốc đào đông lạnh

2 quả chuối, bóc vỏ

$\frac{1}{4}$ cốc xi-rô phong hoặc thưởng thức mà không cần

2 cốc nước

2 muỗng canh hạt lanh xay

**Hướng:**

Cho rau bina và nước vào máy xay và xay cho đến khi hỗn hợp có độ đặc giống như nước ép xanh. Dừng máy trộn và thêm các thành phần còn lại.

Trộn cho đến khi kem.

**Dinh dưỡng**

Lượng calo 94,0

Chất béo 4,0 g

Carbohydrate 40,3 g

Chất đạm 5g

## 68. Sinh tố dứa

Khẩu phần: 2

**Thành phần :**

2 nắm rau trộn mùa xuân
2 nắm rau chân vịt
1 quả chuối, gọt vỏ
1 $\frac{1}{2}$ chén dứa
1$\frac{1}{2}$ chén xoài đông lạnh
1 cốc quả hỗn hợp đông lạnh
$\frac{1}{4}$ cốc xi-rô phong hoặc thưởng thức mà không cần
2 cốc nước
2 muỗng canh hạt lanh xay

**Hướng:**

Cho rau xanh và nước vào máy xay rồi xay cho đến khi hỗn hợp có độ đặc giống như nước ép xanh. Dừng máy trộn và thêm các thành phần còn lại.
Trộn cho đến khi kem.

**Dinh dưỡng**

Calo 126
Tổng chất béo 0,6g
Carbohydrate 31g
Chất đạm 1,3g

## 69. Sinh tố nam việt quất

Khẩu phần: 2

**Thành phần :**

1-$1\frac{1}{2}$ cốc (200-300 ml) nước

$\frac{1}{2}$ cốc (100 ml) hạnh nhân, ngâm nước

2 quả mơ, ngâm

$\frac{1}{4}$ cốc (50ml) quả nam việt quất, đông lạnh hoặc rã đông

**Hướng:**

Trộn 200 ml nước với hạnh nhân để làm sữa.

Lọc qua rây hoặc túi sữa hạt. Đổ sữa đã lọc vào máy xay.

Thêm mơ và xay nhuyễn lần nữa.

Trộn các loại quả mọng và thêm nhiều nước hơn để có độ đặc mong muốn.

**Dinh dưỡng**

Lượng calo 140,2

Tổng chất béo 0,6 g

Carbohydrate 29,9 g

Chất đạm 4,4 g

## 70. Sinh tố cải xoăn cải xoăn

Khẩu phần: 2

**Thành phần :**

2 nắm cải xoăn
2 nắm rau chân vịt
2 cốc nước
1 quả táo, bỏ lõi và cắt làm tư
1 quả chuối, gọt vỏ
1½ cốc quả việt quất đông lạnh
¼ cốc si-rô phong hoặc thưởng thức mà không cần
2 muỗng canh hạt lanh xay
TÙY CHỌN: 1 muỗng bột protein

**Hướng:**

Cho rau xanh và nước vào máy xay rồi xay cho đến khi hỗn hợp có độ đặc giống như nước ép xanh. Dừng máy trộn và thêm các thành phần còn lại.
Trộn cho đến khi kem.

**Dinh dưỡng**

Lượng calo 313,1
Tổng chất béo 4,0 g
Tổng lượng carbohydrate 70,7 g
Chất đạm 7,1 g

## 71. Sinh tố xoài táo

Khẩu phần: 2

**Thành phần :**

3 nắm rau chân vịt

2 cốc nước

1 quả táo, bỏ lõi và cắt làm tư

$1\frac{1}{2}$ cốc xoài

2 cốc dâu tây đông lạnh

$\frac{1}{4}$ cốc si-rô phong hoặc thưởng thức mà không cần

2 muỗng canh hạt lanh xay

TÙY CHỌN: 1 muỗng bột protein

**Hướng:**

Cho rau bina và nước vào máy xay và xay cho đến khi hỗn hợp có độ đặc giống như nước ép xanh. Dừng máy xay và thêm các nguyên liệu còn lại vào máy xay.

Trộn cho đến khi kem.

**Dinh dưỡng**

186 Cal

40g Carb

0g chất béo

2g chất đạm

## 72. Sinh tố dứa cải xoăn

Khẩu phần: 2

**Thành phần :**
2 nắm cải xoăn
1 nắm rau trộn mùa xuân
2 cốc nước
1½ cốc đào đông lạnh
2 nắm miếng dứa
2 muỗng canh hạt lanh xay

**Hướng:**
Cho rau xanh và nước vào máy xay rồi xay cho đến khi hỗn hợp có độ đặc giống như nước ép xanh. Dừng máy trộn và thêm các thành phần còn lại.
Trộn cho đến khi kem.

**Dinh dưỡng**
Lượng calo: 97
Carbohydrate: 42g
Chất đạm: 12g
Chất béo: 2g

## 73. Sinh tố giảm béo chanh và thì là hàng ngày

Khẩu phần: 2

**Thành phần :**
$\frac{1}{2}$ quả lê
1 cốc dưa chuột cắt nhỏ và bỏ hạt
$\frac{1}{4}$ chén thì là tươi xắt nhỏ
1 quả bơ nhỏ
1 chén rau bina bé
2 thìa nước cốt chanh
Củ gừng tươi 1 inch, gọt vỏ
1 cốc dứa đông lạnh
1 $\frac{1}{4}$ cốc nước
3 đến 4 viên đá

**Hướng:**
Cho tất cả nguyên liệu trừ kem vào máy xay sinh tố và xay cho đến khi mịn như kem.
Thêm đá và xử lý lại. Uống lạnh.

**Dinh dưỡng**
Calo 284
Chất béo 20g
Carbohydrate 15g
Chất xơ 9g
Chất đạm 14g

## 74. Sinh Tố Cải Xoăn Xanh Đào Xanh

Khẩu phần: 2

**Thành phần :**

½ quả bơ
1 cốc đào đông lạnh hữu cơ đông lạnh
1 quả chuối đông lạnh, cắt thành khối
2 thìa nước cốt chanh tươi
1 ¼ cốc nước
Một nắm cải xoăn
3 đến 4 viên đá

**Hướng:**

Cho tất cả nguyên liệu trừ kem vào máy xay sinh tố và xay cho đến khi mịn như kem.
Thêm đá và chà là (nếu dùng) rồi chế biến lại. Uống lạnh.

**Dinh dưỡng**

Calo 78
Chất béo 2,5g
Carbohydrate 85,4g
Chất xơ 14g
Chất đạm 17,2g

## 75. Dưa Hấu Giải Nhiệt

Khẩu phần: 2

**Thành phần :**

2 cốc dưa hấu không hạt thái hạt lựu
1 quả dưa chuột, gọt vỏ, bỏ hạt và cắt nhỏ
1 nắm lớn cải xoăn xắt nhỏ
3 thìa nước cốt chanh tươi
1/4 chén bạc hà tươi xắt nhỏ
1/4 chén húng quế tươi xắt nhỏ
1 cốc đá viên

**Hướng:**

Cho dưa hấu và dưa chuột vào máy xay sinh tố và xay cho đến khi mịn và như kem.
Thêm các thành phần còn lại và xử lý lại. Uống đá lạnh.

**Dinh dưỡng**

Calo 70
Chất béo 0g
Tinh bột 16g
Chất đạm 1g

## 76. Sinh Tố Táo Quế

Khẩu phần: 2

**Thành phần :**

1 quả chuối đông lạnh, cắt thành miếng vừa ăn
1 quả táo Granny Smith hữu cơ, bỏ lõi và cắt nhỏ (cả vỏ)
1 thìa nước cốt chanh tươi
1 nắm lớn rau bina bé
1 cốc nước lạnh
2 đến 3 ngày đọ sức
1/2 muỗng cà phê quế
1/8 muỗng cà phê hạt nhục đậu khấu
4 đến 5 viên đá

**Hướng:**

Cho tất cả nguyên liệu trừ kem vào máy xay sinh tố và xay cho đến khi mịn như kem.
Thêm đá và xử lý lại. Uống lạnh.

**Dinh dưỡng**

Lượng calo: 277
Chất béo: 6g
Carbohydrate: 47g
Chất đạm: 10g

## 77. Sinh Tố Sô Cô La Chia

Khẩu phần: 2

**Thành phần :**

1 cốc nước

1 ½ cốc dâu tây hữu cơ đông lạnh

1 muỗng canh hạt chia

2 muỗng canh cacao nguyên chất

1 thìa bột cacao nguyên chất

6 hạt macadamia thô

3 ngày đọ sức

1 quả chuối đông lạnh, cắt thành miếng vừa ăn

1 nắm lớn cải xoăn xắt nhỏ

4 đến 5 viên đá

**Hướng:**

Cho nước và dâu tây vào máy xay sinh tố và xay cho đến khi mịn và mịn như kem.

Thêm hạt chia, ngòi cacao, bột cacao và hạt mắc ca; Quá trình trong 1 phút đầy đủ. Thêm chà là, chuối đông lạnh và cải xoăn rồi chế biến lại cho đến khi hòa quyện. Thêm đá và xử lý lại.

Phục vụ đá lạnh.

**Dinh dưỡng**

Lượng calo 163

Chất béo 10 g

Carbohydrate 7 g

Chất đạm 13g

# 78. Sinh Tố Trà Xanh Gừng

Khẩu phần: 2

**Thành phần :**

1 quả lê Anjou, cắt nhỏ
1 thìa cà phê củ gừng tươi thái nhỏ
1 nắm lớn rau diếp romaine cắt nhỏ
1 muỗng canh hạt cây gai dầu
1 cốc trà xanh không đường, ướp lạnh
7 đến 9 viên đá

**Hướng:**

Cho tất cả nguyên liệu trừ kem vào máy xay sinh tố và xay cho đến khi mịn như kem.
Thêm đá và xử lý lại. Uống lạnh.

**Dinh dưỡng**

Lượng calo: 114
Carbohydrate: 62g
Chất đạm: 24g
Chất béo: 21g

## 79. Sinh Tố Colada Xanh

Khẩu phần: 2

**Thành phần :**

1 cốc dứa cắt nhỏ đông lạnh
3 muỗng canh dừa tươi, không đường, vụn
1 muỗng canh nước cốt chanh tươi
1 nắm lá rau muống non
3 quả chà là bỏ hạt (ngâm và mềm)
1 cốc nước
4 đến 5 viên đá

**Hướng:**

Cho tất cả nguyên liệu trừ kem vào máy xay sinh tố và xay cho đến khi mịn như kem. Thêm đá và xử lý lại.
Uống đá lạnh.

**Dinh dưỡng**

325 calo
chất đạm 26,5g
carbohydrate 35,4g
chất béo 9,2g

# 80. Sinh tố sô cô la bạc hà

Khẩu phần: 2

**Thành phần :**
1 quả chuối đông lạnh, cắt thành miếng vừa ăn
1/2 chén đào đông lạnh
1/2 chén hạt macadamia thô
1/3 chén lá bạc hà tươi xắt nhỏ
3 muỗng canh cacao nguyên chất
2 đến 3 ngày đọ sức
1/2 muỗng cà phê chiết xuất vani nguyên chất
1 ½ cốc nước
3 hoặc 4 viên đá

**Hướng:**
Cho tất cả nguyên liệu trừ kem vào máy xay sinh tố và xay cho đến khi mịn như kem.
Thêm đá và xử lý lại. Uống lạnh.

**Dinh dưỡng**
Calo 310
Chất béo 11g
Carb 32g
Chất đạm 24g

## 81. Sinh tố Sunny C Delight

Khẩu phần: 2

**Thành phần :**

1 quả cam, gọt vỏ và cắt nhỏ
1 quả kiwi, gọt vỏ và cắt nhỏ
5 quả chà là đã bỏ hạt (ngâm và làm mềm)
1/2 chén dứa đông lạnh
2 muỗng canh hạt cây gai dầu
1/2 cốc nước
3 đến 4 viên đá

**Hướng:**

Cho tất cả nguyên liệu trừ kem vào máy xay sinh tố và xay cho đến khi mịn như kem.

**Dinh dưỡng**

tổng số 1,4g carbs
0,2g chất béo
0,1g chất đạm
10 calo

# 82. Sinh Tố Dâu Tây Và Kem

Khẩu phần: 2

**Thành phần :**

1/4 chén yến mạch kiểu cũ

3 muỗng canh hạt macadamia thô cắt nhỏ (tốt nhất là ngâm trong 1 đến 2 giờ)

1 cốc dâu tây đông lạnh

4 quả chà là đã bỏ hạt (ngâm cho mềm)

1/4 muỗng cà phê chiết xuất vani nguyên chất

1 cốc nước

3 đến 4 viên đá

**Hướng:**

Cho tất cả nguyên liệu trừ kem vào máy xay sinh tố và xay cho đến khi mịn như kem.

**Dinh dưỡng**

Lượng calo: 210

Chất đạm: 5g

Chất béo: 4,5g

Tinh bột: 40g

# 83. Sinh tố chanh không sữa

Khẩu phần: 2

**Thành phần :**
1 quả chuối đông lạnh, cắt thành miếng vừa ăn
1/4 cốc bơ nghiền
2 thìa nước cốt chanh
5 đến 6 quả chà là (ngâm và làm mềm)
1/4 chén hạt điều thô
1/8 muỗng cà phê chiết xuất vani nguyên chất
1/8 muỗng cà phê muối biển chưa tinh chế
1 cốc nước
8 viên đá

**Hướng:**
Cho tất cả nguyên liệu trừ kem vào máy xay sinh tố và xay cho đến khi mịn như kem.
Thêm đá và xử lý lại. Uống lạnh.

**Dinh dưỡng**
Calo 370
Tổng chất béo 0,5g
Carbohydrate 89g
Chất đạm 2g

# 84. Sinh tố gừng và việt quất dại

Khẩu phần: 2

**Thành phần :**

1 cốc quả việt quất hoang dã đông lạnh
1/4 chén hạt điều thô
1 quả chuối, cắt thành miếng vừa ăn
1 thìa nước cốt chanh tươi
1/2 muỗng cà phê chiết xuất vani nguyên chất
1 muỗng canh củ gừng tươi nạo
5 đến 6 ngày đọ sức
1 cốc nước lạnh
5 đến 6 viên đá

**Hướng:**

Cho tất cả nguyên liệu trừ kem vào máy xay sinh tố và xay cho đến khi mịn như kem.
Thêm đá và xử lý lại. Uống lạnh.

**Dinh dưỡng**

Calo 272
Chất béo 15g
Tinh bột 32g
Chất đạm 3g

# 85. Sinh Tố Cappuccino

Khẩu phần: 6

**Thành phần :**

1 quả chuối, cắt thành miếng vừa ăn
2 muỗng canh hạt cây gai dầu
8 quả hạnh nhân
1 thìa cà phê bột espresso hòa tan
1/2 muỗng cà phê quế
1 muỗng cà phê chiết xuất vani nguyên chất
3 quả chà là Medjool
1 ½ cốc sữa hạnh nhân

**Hướng:**

Cho tất cả nguyên liệu vào máy xay và xay cho đến khi mịn và dạng kem.

**Dinh dưỡng**

Lượng calo 1340
Chất béo 39g
Carbohydrate 245g
Chất đạm 4g

## 86. anh đào vani

Khẩu phần: 2

**Thành phần :**

1 cốc quả anh đào đông lạnh
1/4 chén hạt macadamia thô
1/2 quả chuối, cắt thành khối
1/4 cốc quả goji khô
1 muỗng cà phê chiết xuất vani nguyên chất
1 cốc nước
6 đến 8 viên đá

**Hướng:**

Cho tất cả nguyên liệu trừ kem vào máy xay sinh tố và xay cho đến khi mịn như kem.
Thêm đá và xử lý lại. Uống đá lạnh.

**Dinh dưỡng**

Calo 120
Chất béo 0,5g
Tinh bột 25g
Chất đạm 11g

## 87. Goji và Chia

Khẩu phần: 2

**Thành phần**

1 muỗng canh quả goji
1 muỗng canh dâu tây
Thanh quế 1 inch
2-4 muỗng canh hạt chia
1 muỗng canh dầu dừa
16 ounce. nước dừa
1/3 chén hạt gai dầu
2-3 lá cải xoăn lớn
1 cốc quả mọng đông lạnh
½ quả chuối đông lạnh

**Hướng**

Cho quả kỷ tử, quế và hạt chia vào máy xay sinh tố rồi thêm lượng nước dừa vừa đủ để đậy nắp. Để ngâm trong khoảng 10 phút.

Cho nước dừa còn lại và các nguyên liệu vào máy xay rồi chế biến ở chế độ Sinh tố thích hợp, thêm chất lỏng bổ sung (nước dừa, nước hoặc sữa hạt) để có độ đặc mong muốn.

**Dinh dưỡng**

Lượng calo 155
Tổng lượng chất béo 25,95g
Tổng lượng carbohydrate 52g
Chất đạm 37,25g

# 88. Sinh Tố Dừa Trái Cây

Khẩu phần: 4

**Thành phần**

1 túi 10 ounce quả việt quất đông lạnh hoặc trái cây khác
3 quả chuối chín
1 cốc sữa chua nguyên chất
1 cốc nước cốt dừa không đường
1 thìa mật ong nguyên chất

**Hướng:**

Trong máy xay sinh tố, xay nhuyễn quả việt quất, chuối, sữa chua, nước cốt dừa và mật ong.
Phục vụ.

**Dinh dưỡng**

Lượng calo: 140
Carbohydrate: 28g
Chất đạm: 1g
Chất xơ: 2g

## 89. Sinh tố buồn ngủ

Khẩu phần: 2

**Thành phần:**

2 chén rau chân vịt non

1 cốc sữa hạnh nhân

1 tách trà hoa cúc pha (ướp lạnh)

1 quả chuối

1 thìa cà phê mật ong

**Hướng:**
Cho tất cả nguyên liệu vào máy xay và xay nhuyễn.

**Dinh dưỡng**
Lượng calo: 163
Tổng lượng chất béo: 5g
Carbohydrate: 29g
Chất đạm: 3g

# 90. Sinh tố thành công

Khẩu phần: 2

**Thành phần :**

1 cốc dâu tây, thái lát

1 cốc quả việt quất

½ quả chuối, thái lát

1 thìa cà phê hạt lanh xay

1 nắm rau chân vịt

1 muỗng bột maca

¼ cốc si-rô phong hoặc thưởng thức mà không cần

**Hướng:**

Pha trộn mọi thứ và tận hưởng!

**Dinh dưỡng**

Calo 45

Tổng chất béo 0g

Tổng lượng carbohydrate 10g

Chất đạm 1g

# 91. xanh và sinh tố quả sung

Khẩu phần: 2

**Thành phần :**

2,5 ounce rau bina bé

$1\frac{1}{2}$-2 cốc nước

1 quả lê

2 quả sung ngâm nước hoặc 3 quả sung tươi

**Hướng:**

Nghiền nhuyễn rau bina với $1\frac{1}{2}$ cốc (300 ml) nước. Cắt quả lê, thêm nó cùng với quả sung và xay nhuyễn một lần nữa. Thêm nhiều nước hơn để có được độ đặc phù hợp cho món Smoothie của bạn.

**Dinh dưỡng**

Lượng calo: 280

Chất béo: 9g

Carbohydrate: 52g

Chất xơ: 12g

Chất đạm: 5g

## 92. Sinh tố ăn sáng Kiwi

Khẩu phần: 2

**Thành phần :**

1 quả lê

2 nhánh cần tây

½ quả chuối

2 quả kiwi xanh hoặc vàng

1 muỗng canh nước

½ muỗng cà phê gừng xay

**Hướng:**

Cắt lê, cần tây và một quả kiwi thành miếng lớn rồi cho vào máy xay sinh tố với 1 thìa nước cho đến khi mịn.

Đặt quả kiwi còn lại đã cắt thành từng miếng và gừng xay lên trên.

**Dinh dưỡng**

Lượng calo mỗi khẩu phần: 226

Tổng lượng chất béo 4,3g

Tổng lượng carbohydrate 42,7g

Chất đạm 8,5g

# 93. tố mâm xôi và thì là

Khẩu phần: 2

**Thành phần :**

1 quả táo (bỏ lõi và cắt nhỏ)

½ cây thì là cắt nhỏ

¼ cốc nước

1 muỗng bột maca

½ cốc quả mâm xôi

**Hướng:**

Cắt táo và thì là thành từng miếng rồi xay nhuyễn với nước trong máy xay. Thêm nước đến độ đặc mong muốn.

Phục vụ trang trí với quả mâm xôi.

**Dinh dưỡng**

Lượng calo 141

chất béo 1g

Carb 23g

Chất đạm 3g

## 94. Bí ngòi, lê, sinh tố táo

Khẩu phần: 2

**Thành phần :**
½ quả bí xanh
1 quả lê
1 quả táo
tùy chọn: bột quế và gừng xay

**Hướng:**
Cắt bí xanh và lê thành miếng lớn và xay nhuyễn trong máy xay.
Thêm táo, cắt thành khối lớn và tiếp tục trộn cho đến khi mịn. Thêm nước đến độ đặc mong muốn.
Ăn và rắc quế và gừng xay.

**Dinh dưỡng**
Calo 253
Chất béo 4,7g
Carbohydrate 45,4g
Chất đạm 12,6g

# 95. Sinh tố bơ và quả mọng

Khẩu phần: 2

**Thành phần :**

1 quả bơ

1 cốc quả việt quất đông lạnh là tốt nhất

1 muỗng bột protein

1 ½ cốc nước

**Hướng:**

Cắt bơ thành khối và quả việt quất đông lạnh rồi trộn đều.

Thêm nước và 7-10 viên đá vào độ đặc mong muốn.

Trang trí với dừa vụn.

**Dinh dưỡng**

Lượng calo: 283

Carbohydrate: 42g

Chất đạm: 6g

Chất béo: 13g

# 96. Sinh tố Green Powerhouse

Khẩu phần: 2

**Thành phần :**

1 bó cải xoăn

½ quả dưa chuột

4 nhánh cần tây

1/3 củ và thân cây thì là

1 quả táo xanh

1 quả táo Fuji

1 quả lê

½ quả chanh

Núm gừng 1 inch (bào)

**Hướng:**

Trộn tất cả các thành phần để kết hợp chúng và nước đến độ đặc mong muốn.

**Dinh dưỡng**

Lượng calo: 7 3

Carbohydrate: 53g

Chất đạm: 5g

Chất béo: 13g

## 97. Sinh tố hỗ trợ dạ dày

Khẩu phần: 2

**Thành phần :**

1 đầu nhỏ thì là

2 cọng cần tây

1 nắm bạc hà

1 bó rau mùi tây lá phẳng

½ quả táo xanh

2 nước cốt chanh

**Hướng:**

Trộn tất cả các thành phần để kết hợp chúng và thêm nước nếu cần.

**Dinh dưỡng**

Lượng calo: 140

Chất đạm: 5g

Carb: 18g

Chất béo: 4g

# 98. Sinh tố tăng cường miễn dịch

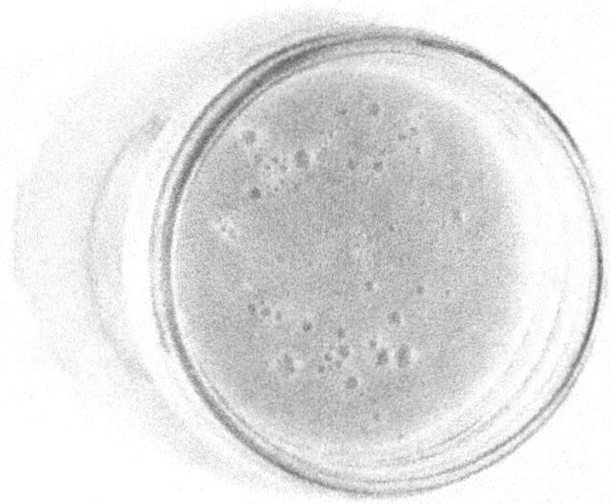

Khẩu phần: 2

**Thành phần :**

$\frac{1}{2}$ quả dưa chuột

2 nhánh cần tây

Một nắm rau chân vịt

1 quả táo

$\frac{1}{2}$ quả chanh

Gừng 1 inch

**Hướng:**

Trộn tất cả các thành phần để kết hợp chúng.

Thưởng thức.

**Dinh dưỡng**

Lượng calo: 112

Carbohydrate: 22g

Chất đạm: 3g

Chất béo: 3g

## 99. Sinh tố uống cực mát

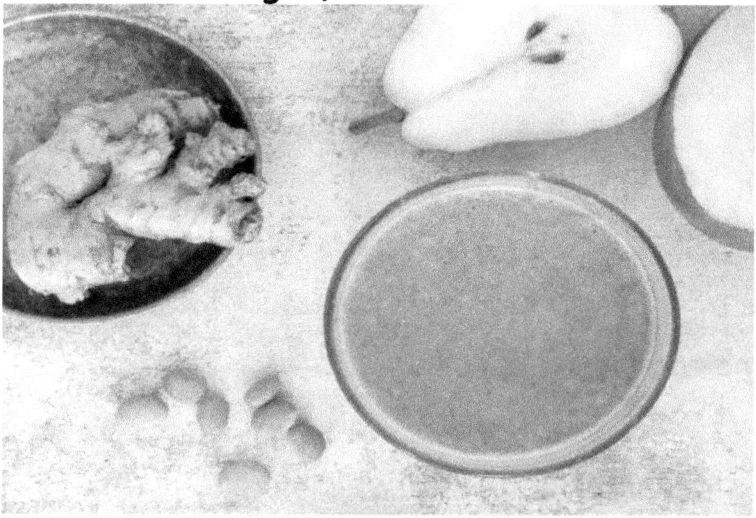

Khẩu phần: 2

**Thành phần :**

8 quả kiwi

3 quả táo xanh

1/3 quả dưa chuột

Gừng tươi 1 inch (nghiền)

Một nắm bạc hà tươi

**Hướng:**

Trộn tất cả các thành phần để kết hợp chúng.

Thưởng thức.

**Dinh dưỡng**

Calo 48

Carb 12g

Chất béo 0g

Chất đạm 1g

## 100. Sinh Tố Cà Chua Detox

Khẩu phần: 2

**Thành phần :**

1 quả dưa chuột

1 cọng cần tây

1 nắm rau mùi tây

2 quả chanh Meyer

2 quả cà chua

Núm gừng 1 inch

**Hướng:**

Trộn tất cả các thành phần để kết hợp chúng. Thêm nước nếu cần thiết.

**Dinh dưỡng**

Lượng calo: 83

Carbohydrate: 17g

Chất đạm: 5g

Chất béo: 1g

# PHẦN KẾT LUẬN

Ở đó bạn có nó!

Bởi vì HẦU HẾT những loại Sinh tố này có dưới 100 calo mỗi khẩu phần, nên bạn sẽ muốn kết hợp chúng với thứ gì đó đặc cần nhai và có độ giòn, như táo, cần tây, dưa chuột và bất cứ thứ gì tương tự. Hãy thưởng thức những món Sinh tố này vì chúng có nhiều chất chống oxy hóa và bao gồm một số siêu thực phẩm tuyệt vời.

www.ingramcontent.com/pod-product-compliance
Lightning Source LLC
LaVergne TN
LVHW010927061026
849535LV00007B/2282